بِسْمِ اللهِ الرَّحْمٰنِ الرَّحِيْمِ

ਅੱਲਾਹ ਦੇ ਨਾਮ ਨਾਲ, ਜੋ ਬਹੁਤ ਮੇਹਰਬਾਨ, ਬਹੁਤ ਰਹਿਮ ਕਰਨ ਵਾਲਾ ਹੈ

ਇਹ ਕਿਤਾਬ ਇੱਕ ਖ਼ਾਸ ਤੋਹਫ਼ਾ ਹੈ
ਅੱਲਾਹ ﷻ ਵੱਲੋਂ ਇੱਕ ਖ਼ਾਸ ਬੱਚੇ ਲਈ।

ਇਹ ਤੈਨੂੰ ਉਸ ਦੀ ਮੁਹੱਬਤ, ਰਹਿਮਤ ਅਤੇ ਨੂਰ ਦੇ ਹੋਰ ਨੇੜੇ ਲੈ ਜਾਵੇ

© 2025 The Sincere Seeker Collection
ਸਾਰੇ ਹੱਕ ਰਾਖਵੇਂ ਹਨ।

ਇਸ ਕਿਤਾਬ ਨੂੰ ਸਿੱਖਿਆਤਮਕ ਜਾਂ ਗੈਰ-ਵਪਾਰਕ ਮਕਸਦਾਂ ਲਈ ਵਰਤਣ ਦੀ ਇਜਾਜ਼ਤ ਹੈ, ਜਦੋਂ ਤੱਕ ਇਸ ਦੇ ਲਿਖਿਤ, ਚਿੱਤਰਾਂ ਜਾਂ ਡਿਜ਼ਾਈਨ ਵਿੱਚ ਕੋਈ ਤਬਦੀਲੀ ਨਾ ਕੀਤੀ ਜਾਵੇ।

ਅਲਾਹ ਸਾਡੇ ਰਚਨਹਾਰ ਬਾਰੇ ਜਾਣਨਾ

ਅਲਾਹ ਨੂੰ ਪੇਸ਼ ਕਰਦੀ ਬੱਚਿਆਂ ਦੀ ਕਿਤਾਬ

The Sincere Seeker Collection

ਅੱਲਾਹ ﷺ ਇੱਕ ਅਤੇ ਅਨੋਖਾ ਹੈ।

ਉਹ ਸਾਡਾ ਦਇਆਲੂ ਰਚਨਹਾਰ ਹੈ,
ਜਿਸ ਨੇ ਤੈਨੂੰ, ਮੈਨੂੰ ਅਤੇ ਹਰ ਚੀਜ਼ ਨੂੰ ਜੋ ਅਸੀ ਵੇਖਦੇ ਹਾਂ, ਬਣਾਇਆ।

ਹਰ ਰੋਜ਼ ਅੱਲਾਹ ﷺ ਸਾਡੀ ਦੇਖਭਾਲ ਕਰਦਾ ਹੈ —
ਉਹ ਸਾਨੂੰ ਸੁਆਦ ਭੋਜਨ ਅਤੇ ਆਰਾਮਦਾਇਕ ਬਸਿਤਰੇ ਦੀਂਦਾ ਹੈ,
ਅਤੇ ਸਾਨੂੰ ਸੁਰੱਖਿਅਤ ਰੱਖਦਾ ਹੈ।

ਅੱਲਾਹ ﷺ ਸਭ ਤੋ ਉੱਪਰ ਹੈ
ਅਤੇ ਹਮੇਸ਼ਾ ਪਿਆਰ ਨਾਲ ਸਾਡੇ ਉੱਤੇ ਨਿਗਰਾਨੀ ਕਰਦਾ ਹੈ।

ਅੱਲਾਹ ﷻ ਨੇ ਵਿਸ਼ਾਲ ਗ੍ਰਹਿ
ਅਤੇ ਛੋਟੇ ਗ੍ਰਹਿ ਵੀ ਬਣਾਏ।

ਉਸ ਨੇ ਧਰਤੀ ਨੂੰ
ਸਾਡਾ ਖੂਬਸੂਰਤ ਘਰ ਬਣਾਇਆ।

ਰਾਤ ਨੂੰ ਤਾਰੇ
ਅਸਮਾਨ ਨੂੰ ਰੌਸ਼ਨ ਕਰਨ ਲਈ ਚਮਕਦੇ ਹਨ।

ਅੱਲਾਹ ﷻ ਨੇ ਬ੍ਰਹਮਿੰਡ ਬਣਾਇਆ
ਤਾਂ ਜੋ ਅਸੀ ਇਸ ਨੂੰ ਹੈਰਾਨੀ ਨਾਲ ਦੇਖ ਸਕੀਏ।

ਅੱਲਾਹ ﷻ ਨੇ ਪੂਰਨਮਾਸ਼ੀ ਦਾ ਚੰਨ
ਰਾਤ ਨੂੰ ਚਮਕਣ ਲਈ ਬਣਾਇਆ।

ਉਹ ਨਰਮ ਬੱਦਲ ਬਣਾਉਂਦਾ ਹੈ
ਜੋ ਹੌਲੀ-ਹੌਲੀ ਸਾਡੇ ਉੱਪਰ ਤੈਰਦੇ ਹਨ।

ਉਹ ਪੌਦਿਆਂ ਨੂੰ ਵਧਾਉਣ
ਅਤੇ ਧਰਤੀ ਨੂੰ ਸਾਫ ਕਰਨ ਲਈ ਮੀਂਹ ਭੇਜਦਾ ਹੈ।

ਉਹ ਹਵਾ ਹਰ ਪਾਸੇ ਭੇਜਦਾ ਹੈ
ਅਤੇ ਚੀਜ਼ਾਂ ਨੂੰ ਖਡ਼ਿਨ ਲਈ ਸੂਰਜ ਦੀ ਗਰਮੀ ਭੇਜਦਾ ਹੈ।

ਅੱਲਾਹ ﷻ ਨੇ ਠੰਡਾ ਅਤੇ ਗਰਮ ਪਾਣੀ ਬਣਾਇਆ।

ਉਸ ਨੇ ਦਰਿਆ ਬਣਾਏ
ਜੋ ਲਗਾਤਾਰ ਵਹਿੰਦੇ ਰਹਿੰਦੇ ਹਨ,

ਲਹਿਰਾਂ ਵਾਲੇ ਵੱਡੇ ਸਮੁੰਦਰ,
ਅਤੇ ਡੂੰਘੇ ਸਮੁੰਦਰ
ਜਿੱਥੇ ਹੈਰਾਨੀਜਨਕ ਜੀਵ ਰਹਿੰਦੇ ਹਨ।

ਉਹ ਲਹਿਰਾਂ ਨੂੰ ਚੜ੍ਹਾਉਂਦਾ ਅਤੇ ਡਿਗਾਉਂਦਾ ਹੈ —
ਕਦੇ ਨਰਮ, ਕਦੇ ਤਾਕਤਵਰ।

ਅੱਲਾਹ ﷻ ਨੇ ਉੱਚੇ ਪਹਾੜ ਬਣਾਏ
ਜੋ ਅਸਮਾਨ ਤੱਕ ਪਹੁੰਚਦੇ ਹਨ।

ਉਸ ਨੇ ਛੋਟੀਆਂ ਬਰਫ਼ੀਲੀਆਂ ਪਹਾੜੀਆਂ ਬਣਾਈਆਂ
ਜੋ ਸੂਰਜ ਵਿੱਚ ਚਮਕਦੀਆਂ ਹਨ।

ਹਰੇਕ ਪਹਾੜ
ਉਸ ਦੀ ਤਾਕਤ ਅਤੇ ਸੁੰਦਰਤਾ ਦਖਾਉਂਦਾ ਹੈ।

ਅੱਲਾਹ ﷻ ਨੇ ਸੁਆਦੀ ਫਲਾਂ ਵਾਲੇ
ਕੇਲੇ ਅਤੇ ਸੰਤਰੇ ਦੇ ਰੁੱਖ ਬਣਾਏ।

ਉਸ ਨੇ ਦੁਨੀਆਂ ਨੂੰ
ਰੰਗ-ਬਰੰਗੇ ਫੁੱਲਾਂ ਅਤੇ ਮਿੱਠੀਆਂ ਮਹਕਿਂ ਨਾਲ ਭਰ ਦਿੱਤਾ।

ਕੁਝ ਫੁੱਲ ਬਾਗਾਂ ਵਿਚ ਖਿੜਦੇ ਹਨ;
ਕੁਝ ਖੇਤਾਂ ਵਿਚ ਜੰਗਲੀ ਵਧਦੇ ਹਨ।

ਹਰ ਇੱਕ ਅੱਲਾਹ ﷻ ਵੱਲੋਂ
ਇੱਕ ਖਾਸ ਤੋਹਫ਼ਾ ਹੈ
ਜੋ ਸਾਨੂੰ ਖੁਸ਼ੀ ਦਿੰਦਾ ਹੈ।

ਅੱਲਾਹ ﷻ ਨੇ ਸਾਨੂੰ ਪਰਵਿਾਰ ਦਿੱਤਿ,
ਤਾਂ ਜੋ ਅਸੀ ਇਕ-ਦੂਜੇ ਨਾਲ ਪਿਆਰ ਅਤੇ ਪਰਵਾਹ ਕਰੀਏ।

ਮਾਪੇ ਸਾਡੀ ਰੱਖਿਆ ਕਰਦੇ ਹਨ,
ਅਤੇ ਪਿਆਰੇ ਭਰਾ-ਭੈਣ
ਸਾਡੇ ਨਾਲ ਖੇਡਦੇ ਅਤੇ ਸਾਂਝ ਕਰਦੇ ਹਨ।

ਪਰਵਿਾਰ ਅੱਲਾਹ ﷻ ਵੱਲੋ
ਇੱਕ ਵਸਿੱਸ਼ ਤੋਹਫ਼ਾ ਹਨ।

ਅੱਲਾਹ ﷻ ਨੇ ਵੱਡੇ ਜਾਨਵਰ ਬਣਾਏ।

ਜਵਿੇਂ ਲੰਬੀ ਸੁੰਡ ਵਾਲੇ ਹਾਥੀ।
ਨਰਮ, ਰੋਮਾਲ ਖਾਲ ਵਾਲੇ ਰਿੱਛ।
ਤਿੱਖੇ ਦੰਦਾਂ ਵਾਲੇ ਹਰੇ ਮਗਰਮੱਛ।

ਅਤੇ ਸਮੁੰਦਰ ਦੀ ਡੂੰਘਾਈ ਵਿੱਚ
ਤੈਰਨ ਵਾਲੀਆਂ ਵਿਸ਼ਾਲ ਵ੍ਹੇਲਾਂ।

ਅੱਲਾਹ ﷻ ਨੇ ਛੋਟੇ ਜਾਨਵਰ ਵੀ ਬਣਾਏ।

ਜਿਵੇਂ ਨੰਿੱਕੀ ਲੇਡੀਬਗ।
ਅਤੇ ਭਿਨਭਿਨਾਉਂਦੀ ਭੌਂਰੇ।

ਉਸ ਨੇ ਚੀਟੀਆਂ, ਟੱਡੇ
ਅਤੇ ਹਵਾ ਵਿੱਚ ਉਡਦੀਆਂ ਤਤਿਲੀਆਂ ਬਣਾਈਆਂ,

ਅਤੇ ਡਰੈਗਨਫਲਾਈਆਂ
ਜੋ ਹਵਾ ਵਿੱਚ ਤੇਜੀ ਨਾਲ ਉੱਡਦੀਆਂ ਹਨ।

ਹਰ ਇੱਕ ਅੱਲਾਹ ﷻ ਦੀ
ਸ਼ਾਨਦਾਰ ਰਚਨਾਤਮਕਤਾ ਨੂੰ ਦਰਸਾਉਂਦਾ ਹੈ!

ਅੱਲਾਹ ﷺ ਸਾਨੂੰ ਸਹਿਤਮੰਦ ਭੋਜਨ
ਅਤੇ ਪੀਣ ਵਾਲੀਆਂ ਚੀਜ਼ਾਂ ਦਿੰਦਾ ਹੈ
ਤਾਂ ਜੋ ਅਸੀ ਮਜ਼ਬੂਤ ਹੋ ਸਕੀਏ।

ਸਾਡੇ ਕੋਲ ਤਾਜ਼ਾ ਰੋਟੀ,
ਮਿੱਠੇ ਅੰਗੂਰ,
ਰਸੀਲੇ ਸੇਬ
ਅਤੇ ਸੁਨਹਿਰੀ ਸ਼ਹਦ ਹੈ।

ਉੱਤੇ ਤੋਂ ਪੀਲਾ ਪਨੀਰ,
ਕਰੀਮੀ ਦੁੱਧ
ਅਤੇ ਰਸੀਲਾ ਚਿਕਨ ਵੀ!

ਹਰ ਗ੍ਰਾਸ ਅਤੇ ਹਰ ਘੁੱਟ
ਅੱਲਾਹ ﷺ ਦੀ ਬਰਕਤ ਹੈ।

ਧੰਨਵਾਦ, ਅੱਲਾਹ ﷺ,
ਸਾਰੇ ਸੁਆਦ ਖਾਣੇ ਲਈ
ਜੋ ਤੁਸੀ ਸਾਨੂੰ ਦਿੰਦੇ ਹੋ!

ਅੱਲਾਹ ﷻ ਨੇ ਸਾਨੂੰ ਜੀਵਨ
ਅਤੇ ਹੋਰ ਕਈ ਬਰਕਤਾਂ ਦਿੱਤੀਆਂ ਹਨ।

ਇੱਕ ਆਰਾਮਦਾਇਕ ਘਰ
ਅਤੇ ਮਜੇ਼ਦਾਰ ਯਾਤਰਾਵਾਂ ਲਈ ਗੱਡੀ।

ਬਨਾਉਣ ਲਈ ਦੋ ਹੱਥ,
ਦੇਖਣ ਲਈ ਦੋ ਅੱਖਾਂ
ਅਤੇ ਸੁਣਨ ਲਈ ਦੋ ਕੰਨ।

ਅਤੇ ਦਿਲ
ਜੋ ਪਿਆਰ ਨਾਲ ਧੜਕਦੇ ਹਨ।

ਸ਼ੁਕਰੀਆ, ਅੱਲਾਹ ﷻ,
ਇਨ੍ਹਾਂ ਸਾਰੀਆਂ ਅਨੇਕ ਨੇਅਮਤਾਂ ਲਈ!

ਅੱਲਾਹ ﷻ ਸਭ ਕੁਝ ਦੇਖਦਾ ਅਤੇ ਸੁਣਦਾ ਹੈ,
ਸਾਡੇ ਸਭ ਤੋਂ ਚੁੱਪ ਵਿਚਾਰਾਂ ਤੱਕ।

ਓਹ ਜਾਣਦਾ ਹੈ
ਕਿ ਸਾਡੇ ਦਿਲਾਂ ਵਿੱਚ ਕੀ ਹੈ
ਅਤੇ ਅਸੀ ਅੰਦਰੋਂ ਕੀ ਮਹਿਸੂਸ ਕਰਦੇ ਹਾਂ।

ਓਹ ਸਾਡੀਆਂ ਖੁਸ਼ ਖਿਆਲਾਂ
ਅਤੇ ਚੰਗੇ ਕੰਮਾਂ 'ਤੇ ਧਿਆਨ ਦਿੰਦਾ ਹੈ।

ਅੱਲਾਹ ﷻ ਹਮੇਸ਼ਾ
ਪਿਆਰ ਅਤੇ ਖਿਆਲ ਨਾਲ
ਸਾਡੀ ਰਾਖੀ ਕਰਦਾ ਹੈ।

ਅੱਲਾਹ ﷺ ਸਾਨੂੰ
ਸਾਡੇ ਸੋਚ ਤੋਂ ਵੀ ਵੱਧ ਪਿਆਰ ਕਰਦਾ ਹੈ।

ਉਸ ਦਾ ਪਿਆਰ
ਸਮੁੰਦਰ ਨਾਲੋਂ ਡੂੰਘਾ,
ਸੂਰਜ ਨਾਲੋਂ ਚਮਕਦਾਰ ਹੈ।

ਉਹ ਸਾਡਾ ਖਿਆਲ ਕਰਦਾ ਹੈ
ਜਦੋਂ ਅਸੀ ਹੱਸਦੇ ਜਾਂ ਰੋਂਦੇ ਹਾਂ,
ਜਦੋਂ ਅਸੀ ਖੇਡਦੇ ਜਾਂ ਦੁਆ ਕਰਦੇ ਹਾਂ।

ਆਓ ਅਸੀ ਅੱਲਾਹ ﷺ ਨੂੰ ਯਾਦ ਕਰਕੇ,
ਉਸ ਨੂੰ ਦੁਆ ਕਰਕੇ
ਅਤੇ ਚੰਗੇ ਕੰਮ ਕਰਕੇ
ਆਪਣਾ ਪਿਆਰ ਦਿਖਾਈਏ!

ਸਾਰੀ ਭਲਾਈ
ਅੱਲਾਹ ﷻ ਵਲੋਂ ਆਉਂਦੀ ਹੈ।

ਉਹ ਅਸਮਾਨ ਅਤੇ ਧਰਤੀ ਦਾ ਨੂਰ ਹੈ।

ਅੱਲਾਹ ﷻ ਸਾਨੂੰ ਆਪਣੇ ਨੂਰ ਨਾਲ ਹਦਾਇਤ ਕਰਦਾ ਹੈ
ਅਤੇ ਸਾਡੇ ਦਿਲਾਂ ਨੂੰ
ਸਹੀ ਚੀਜ਼ ਚੁਣਨ ਵਿਚ ਮਦਦ ਕਰਦਾ ਹੈ।

ਜਦੋਂ ਅਸੀ ਚੰਗਾ ਕਰਦੇ ਹਾਂ,
ਸਾਡੇ ਦਿਲ ਵੀ ਰੋਸ਼ਨ ਹੋ ਜਾਂਦੇ ਹਨ।

ਅਸੀਂ ਅੱਲਾਹ ﷺ ਨੂੰ ਦੁਆ ਕਰਦੇ ਹਾਂ,
ਕਿਉਂਕਿ ਉਸ ਨੇ ਸਾਨੂੰ ਬਣਾਇਆ ਹੈ
ਅਤੇ ਸਾਨੂੰ ਬਹੁਤ ਪਿਆਰ ਕਰਦਾ ਹੈ।

ਅਸੀਂ ਵੀ ਉਸ ਨੂੰ ਪਿਆਰ ਕਰਦੇ ਹਾਂ।

ਜਦੋਂ ਅਸੀਂ ਸਹਾਇਤਾ ਲਈ ਮੰਗ ਕਰਦੇ ਹਾਂ,
ਅੱਲਾਹ ﷺ ਸਾਡੀ ਸੁਣਦਾ ਹੈ
ਅਤੇ ਸਭ ਤੋਂ ਵਧੀਆ ਤਰੀਕੇ ਨਾਲ ਜਵਾਬ ਦਿੰਦਾ ਹੈ।

ਅਸੀਂ ਹਰ ਸਮੇਂ ਅੱਲਾਹ ﷺ ਨਾਲ ਗੱਲ ਕਰ ਸਕਦੇ ਹਾਂ —
ਖ਼ੁਸ਼ੀ ਦੇ ਸਮਿਆਂ ਵਿੱਚ ਵੀ
ਅਤੇ ਉਦਾਸੀ ਦੇ ਸਮਿਆਂ ਵਿੱਚ ਵੀ।

ਅੱਲਾਹ ﷺ ਹਮੇਸ਼ਾ ਨੇੜੇ ਹੈ
ਅਤੇ ਸਾਡੀ ਸੁਣਦਾ ਹੈ।

ਅੱਲਾਹ ﷻ ਉਹੁਨਾਂ ਨੂੰ ਜੰਨਤ ਦਾ ਵਾਅਦਾ ਕਰਦਾ ਹੈ
ਜੋ ਉਸ ਉੱਤੇ ਈਮਾਨ ਰੱਖਦੇ
ਅਤੇ ਚੰਗੇ ਕਾਰਜ ਕਰਦੇ ਹਨ —

ਇਹੁ ਇੱਕ ਅਨੰਦਮਈ ਥਾਂ ਹੈ
ਜਿੱਥੇ ਇੱਛਾਵਾਂ ਪੂਰੀਆਂ ਹੁੰਦੀਆਂ ਹਨ।

ਮਿੱਠ ਸ਼ਹਿਦ
ਅਤੇ ਦੁੱਧ ਦੀਆਂ ਦਰਿਆਵਾਂ ਵਹੇਗੀਆਂ।

ਬਾਗ਼ ਸਦਾ ਰਹਿਣ ਵਾਲੇ
ਫੁੱਲਾਂ ਨਾਲ ਖਿੜਨਗੇ।

ਉੱਥੇ ਸੁਆਦੂ ਫਲ,
ਸੋਹਣੇ ਕੱਪੜੇ
ਅਤੇ ਲਾਮਹਾਲਾ ਖ਼ੁਸ਼ੀ ਹੋਵੇਗੀ।

ਆਉ ਅਸੀਂ ਅੱਲਾਹ ﷻ ਨਾਲ ਪਿਆਰ ਕਰੀਏ,
ਚੰਗਾ ਕਰੀਏ
ਅਤੇ ਆਪਣੀ ਪੂਰੀ ਕੋਸ਼ਿਸ਼ ਕਰੀਏ —

ਤਾਂ ਜੋ ਅਸੀਂ ਇੱਕ ਦਿਨ
ਜੰਨਤ ਵਿਚ ਉਸ ਦੇ ਨਾਲ ਹੋ ਸਕੀਏ!

ਅੰਤ

ਇਹ ਯਾਤਰਾ ਤੈਨੂੰ ਹੋਰ ਨੇੜੇ ਲੈ ਜਾਵੇ
ਅੱਲਾਹ ﷺ ਦੀ ਬੇਅੰਤ ਮੁਹੱਬਤ ਅਤੇ ਹਿਕਮਤ ਵੱਲ।

www.ingramcontent.com/pod-product-compliance
Lightning Source LLC
Chambersburg PA
CBHW080340030726
47594CB00012B/4093